THIS JOURNAL BELONGS TO

# DEDICATION

This Book Review Journal is dedicated to all the people out there who want to review their books and document their findings in the process.

You are my inspiration for producing books and I'm honored to be a part of keeping all of your book notes and records organized.

This journal notebook will help you record your details about your book reviews.

Thoughtfully put together with these sections to record in detail: Title, Author, Nationality, Genre, Year, Date, Numbers of Pages, Memorable Quotes, Characters, Plot Summary, Notes and much more!

# HOW TO USE THIS BOOK

The purpose of this book is to keep all of your Book Review notes all in one place. It will help keep you organized.

This Book Review Journal will allow you to accurately document every detail about your book reviews. It's a great way to chart your course through reading all those books.

Here are examples of the prompts for you to fill in and write about your experience in this book:

1. Title
2. Author
3. Nationality
4. Genre
5. Year/ Date
6. Number Of Pages
7. Memorable Quotes
8. Characters
9. Plot Summary
10. Notes
11. Star Rating
12. Each Book Review Page Is Followed By A Blank Journal Page
13. BONUS 10 Flash Writing Pages

**Book Title** ______________________

Author ______________________ Nationality ______________________

Genre ______________________ Year ______________________ Pages ____________

| Memorable Quote | Page Number |
|---|---|
| | |
| | |
| | |
| | |
| | |

Characters

Plot Summary

Notes

**Rating** ☆ ☆ ☆ ☆ ☆

## Book Title ______________________

Author ______________________ Nationality ______________________

Genre ______________________ Year ______________________ Pages __________

| Memorable Quote | Page Number |
|---|---|
| | |
| | |
| | |
| | |
| | |

Characters

Plot Summary

Notes

**Rating** ☆ ☆ ☆ ☆ ☆

**Book Title** ______________________

Author ______________________ Nationality ______________________

Genre ______________________ Year ______________________ Pages __________

| Memorable Quote | Page Number |
|---|---|
| | |
| | |
| | |
| | |
| | |

Characters

Plot Summary

Notes

**Rating** ☆ ☆ ☆ ☆ ☆

**Book Title** ______________________________

Author ____________________ Nationality ____________________

Genre ____________________ Year ____________________ Pages __________

| Memorable Quote | Page Number |
| --- | --- |
| | |
| | |
| | |
| | |
| | |

Characters

Plot Summary

Notes

**Rating** ☆ ☆ ☆ ☆ ☆

**Book Title** ______________________

Author ______________________ Nationality ______________________

Genre ______________________ Year ______________________ Pages __________

| Memorable Quote | Page Number |
|---|---|
| | |
| | |
| | |
| | |
| | |

Characters

Plot Summary

Notes

**Rating** ☆ ☆ ☆ ☆ ☆

**Book Title** ____________________

Author ____________________ Nationality ____________________

Genre ____________________ Year ____________________ Pages __________

| Memorable Quote | Page Number |
| --- | --- |
| | |
| | |
| | |
| | |
| | |

Characters

Plot Summary

Notes

**Rating** ☆ ☆ ☆ ☆ ☆

**Book Title** ______________________________

Author ______________________ Nationality ______________

Genre ______________________ Year ________________ Pages ________

| Memorable Quote | Page Number |
|---|---|
| | |
| | |
| | |
| | |
| | |

Characters

Plot Summary

Notes

**Rating** ☆ ☆ ☆ ☆ ☆

**Book Title** ______________________________

Author ______________________ Nationality ______________________

Genre ______________________ Year ______________________ Pages __________

| Memorable Quote | Page Number |
|---|---|
| | |
| | |
| | |
| | |
| | |

Characters

Plot Summary

Notes

**Rating** ☆ ☆ ☆ ☆ ☆

**Book Title** ______________________

Author ______________________ Nationality ______________________

Genre ______________________ Year ______________________ Pages ____________

| Memorable Quote | Page Number |
|---|---|
| | |
| | |
| | |
| | |
| | |

Characters

Plot Summary

Notes

**Rating** ☆ ☆ ☆ ☆ ☆

**Book Title** ______________________

Author ______________________ Nationality ______________________

Genre ______________________ Year ______________________ Pages __________

| Memorable Quote | Page Number |
|---|---|
| | |
| | |
| | |
| | |
| | |

Characters

Plot Summary

Notes

**Rating** ☆ ☆ ☆ ☆ ☆

**Book Title** ______________________

Author ______________________ Nationality ______________________

Genre ______________________ Year ______________________ Pages __________

| Memorable Quote | Page Number |
|---|---|
| | |
| | |
| | |
| | |
| | |

Characters

Plot Summary

Notes

**Rating** ☆ ☆ ☆ ☆ ☆

**Book Title** ____________________

Author ____________________ Nationality ____________________

Genre ____________________ Year ____________________ Pages __________

| Memorable Quote | Page Number |
| --- | --- |
| | |
| | |
| | |
| | |
| | |

Characters

Plot Summary

Notes

**Rating** ☆ ☆ ☆ ☆ ☆

**Book Title** ______________________

Author ______________________ Nationality ______________________

Genre ______________________ Year ______________________ Pages __________

| Memorable Quote | Page Number |
|---|---|
| | |
| | |
| | |
| | |
| | |

Characters

Plot Summary

Notes

**Rating** ☆ ☆ ☆ ☆ ☆

**Book Title** ______________________________

Author ______________________ Nationality ______________

Genre ______________________ Year ______________ Pages ________

| Memorable Quote | Page Number |
|---|---|
| | |
| | |
| | |
| | |
| | |

Characters

Plot Summary

Notes

**Rating** ☆ ☆ ☆ ☆ ☆

**Book Title** ______________________________

Author ______________________ Nationality ______________

Genre ______________________ Year ______________ Pages ________

| Memorable Quote | Page Number |
| --- | --- |
| | |
| | |
| | |
| | |
| | |

Characters

Plot Summary

Notes

**Rating** ☆ ☆ ☆ ☆ ☆

**Book Title** ______________________

Author ______________ Nationality ______________

Genre ______________ Year ______________ Pages ________

| Memorable Quote | Page Number |
|---|---|
| | |
| | |
| | |
| | |
| | |

Characters

Plot Summary

Notes

**Rating** ☆ ☆ ☆ ☆ ☆

**Book Title** ____________________

Author ____________________ Nationality ____________________

Genre ____________________ Year ____________________ Pages __________

| Memorable Quote | Page Number |
|---|---|
| | |
| | |
| | |
| | |
| | |

Characters

Plot Summary

Notes

**Rating** ☆ ☆ ☆ ☆ ☆

**Book Title** ______________________

Author ______________________ Nationality ______________________

Genre ______________________ Year ______________________ Pages __________

| Memorable Quote | Page Number |
|---|---|
| | |
| | |
| | |
| | |
| | |

Characters

Plot Summary

Notes

**Rating** ☆ ☆ ☆ ☆ ☆

**Book Title** ______________________

Author ______________ Nationality ______________

Genre ______________ Year ______________ Pages ________

| Memorable Quote | Page Number |
|---|---|
| | |
| | |
| | |
| | |
| | |

Characters

Plot Summary

Notes

**Rating** ☆ ☆ ☆ ☆ ☆

**Book Title** ______________________

Author ______________________ Nationality ______________________

Genre ______________________ Year ______________________ Pages __________

| Memorable Quote | Page Number |
|---|---|
| | |
| | |
| | |
| | |
| | |

Characters

Plot Summary

Notes

**Rating** ☆ ☆ ☆ ☆ ☆

**Book Title** ______________________

Author ______________________ Nationality ______________________

Genre ______________________ Year ______________________ Pages ____________

| Memorable Quote | Page Number |
| --- | --- |
| | |
| | |
| | |
| | |
| | |

Characters

Plot Summary

Notes

**Rating** ☆ ☆ ☆ ☆ ☆

**Book Title** ______________________

Author ______________________ Nationality ______________________

Genre ______________________ Year ______________________ Pages __________

| Memorable Quote | Page Number |
|---|---|
| | |
| | |
| | |
| | |
| | |

Characters

Plot Summary

Notes

**Rating** ☆ ☆ ☆ ☆ ☆

**Book Title** ______________________

Author ______________________ Nationality ______________________

Genre ______________________ Year ______________________ Pages __________

| Memorable Quote | Page Number |
|---|---|
| | |
| | |
| | |
| | |
| | |

Characters

Plot Summary

Notes

**Rating** ☆ ☆ ☆ ☆ ☆

**Book Title** ______________________

Author ______________________ Nationality ______________________

Genre ______________________ Year ______________________ Pages ____________

| Memorable Quote | Page Number |
|---|---|
| | |
| | |
| | |
| | |
| | |

Characters

Plot Summary

Notes

**Rating** ☆ ☆ ☆ ☆ ☆

**Book Title** ______________________

Author ______________________ Nationality ______________________

Genre ______________________ Year ______________________ Pages ____________

| Memorable Quote | Page Number |
|---|---|
| | |
| | |
| | |
| | |
| | |

Characters

Plot Summary

Notes

**Rating** ☆ ☆ ☆ ☆ ☆

**Book Title** ______________________________

Author ______________________ Nationality ______________

Genre ______________________ Year ______________ Pages ________

| Memorable Quote | Page Number |
|---|---|
| | |
| | |
| | |
| | |
| | |

Characters

Plot Summary

Notes

**Rating** ☆ ☆ ☆ ☆ ☆

**Book Title** ______________________

Author ______________________ Nationality ______________________

Genre ______________________ Year ______________________ Pages __________

| Memorable Quote | Page Number |
|---|---|
| | |
| | |
| | |
| | |
| | |

Characters

Plot Summary

Notes

**Rating** ☆ ☆ ☆ ☆ ☆

**Book Title** ______________________

Author ______________________ Nationality ______________________

Genre ______________________ Year ______________________ Pages __________

| Memorable Quote | Page Number |
| --- | --- |
| | |
| | |
| | |
| | |
| | |

Characters

Plot Summary

Notes

**Rating** ☆ ☆ ☆ ☆ ☆

**Book Title** ______________________

Author ______________________ Nationality ______________________

Genre ______________________ Year ______________________ Pages ____________

| Memorable Quote | Page Number |
|---|---|
| | |
| | |
| | |
| | |
| | |

Characters

Plot Summary

Notes

**Rating** ☆ ☆ ☆ ☆ ☆

**Book Title** ____________________

Author ____________________ Nationality ____________________

Genre ____________________ Year ____________________ Pages __________

| Memorable Quote | Page Number |
|---|---|
| | |
| | |
| | |
| | |
| | |

Characters

Plot Summary

Notes

**Rating** ☆ ☆ ☆ ☆ ☆

**Book Title** ______________________________

Author ______________________ Nationality ______________

Genre ______________________ Year ______________ Pages ________

| Memorable Quote | Page Number |
|---|---|
| | |
| | |
| | |
| | |
| | |

Characters

Plot Summary

Notes

**Rating** ☆ ☆ ☆ ☆ ☆

**Book Title** ______________________

Author ______________________ Nationality ______________________

Genre ______________________ Year ______________________ Pages __________

| Memorable Quote | Page Number |
|---|---|
| | |
| | |
| | |
| | |
| | |

Characters

Plot Summary

Notes

**Rating** ☆ ☆ ☆ ☆ ☆

**Book Title** ______________________

Author ______________________ Nationality ______________________

Genre ______________________ Year ______________________ Pages ____________

| Memorable Quote | Page Number |
| --- | --- |
| | |
| | |
| | |
| | |
| | |

Characters

Plot Summary

Notes

**Rating** ☆ ☆ ☆ ☆ ☆

**Book Title** ____________________

Author ____________________ Nationality ____________________

Genre ____________________ Year ____________________ Pages __________

| Memorable Quote | Page Number |
|---|---|
| | |
| | |
| | |
| | |
| | |

Characters

Plot Summary

Notes

**Rating** ☆ ☆ ☆ ☆ ☆

**Book Title** ______________________

Author ______________ Nationality ______________

Genre ______________ Year ______________ Pages ________

| Memorable Quote | Page Number |
|---|---|
| | |
| | |
| | |
| | |
| | |

Characters

Plot Summary

Notes

**Rating** ☆ ☆ ☆ ☆ ☆

**Book Title** ______________________

Author ______________________ Nationality ______________________

Genre ______________________ Year ______________________ Pages ____________

| Memorable Quote | Page Number |
|---|---|
| | |
| | |
| | |
| | |
| | |

Characters

Plot Summary

Notes

**Rating** ☆ ☆ ☆ ☆ ☆

**Book Title** ____________________

Author ____________________ Nationality ____________________

Genre ____________________ Year ____________________ Pages __________

| Memorable Quote | Page Number |
|---|---|
| | |
| | |
| | |
| | |
| | |

Characters

Plot Summary

Notes

**Rating** ☆ ☆ ☆ ☆ ☆

**Book Title** ______________________________

Author ______________________ Nationality ______________________

Genre ______________________ Year ______________________ Pages __________

| Memorable Quote | Page Number |
|---|---|
| | |
| | |
| | |
| | |
| | |

Characters

Plot Summary

Notes

**Rating** ☆ ☆ ☆ ☆ ☆

**Book Title** ____________________

Author ____________________ Nationality ____________________

Genre ____________________ Year ____________________ Pages __________

| Memorable Quote | Page Number |
| --- | --- |
| | |
| | |
| | |
| | |
| | |

Characters

Plot Summary

Notes

**Rating** ☆ ☆ ☆ ☆ ☆

**Book Title** ____________________

Author ____________________ Nationality ____________________

Genre ____________________ Year ____________________ Pages __________

| Memorable Quote | Page Number |
|---|---|
| | |
| | |
| | |
| | |
| | |

Characters

Plot Summary

Notes

**Rating** ☆ ☆ ☆ ☆ ☆

**Book Title** ______________________

Author ______________________ Nationality ______________________

Genre ______________________ Year ______________________ Pages ____________

| Memorable Quote | Page Number |
| --- | --- |
| | |
| | |
| | |
| | |
| | |

Characters

Plot Summary

Notes

**Rating** ☆ ☆ ☆ ☆ ☆

**Book Title** ____________________

Author ____________________ Nationality ____________________

Genre ____________________ Year ____________________ Pages __________

| Memorable Quote | Page Number |
|---|---|
| | |
| | |
| | |
| | |
| | |

Characters

Plot Summary

Notes

**Rating** ☆ ☆ ☆ ☆ ☆

**Book Title** ______________________

Author ______________________ Nationality ______________________

Genre ______________________ Year ______________________ Pages __________

| Memorable Quote | Page Number |
|---|---|
| | |
| | |
| | |
| | |
| | |

Characters

Plot Summary

Notes

**Rating** ☆ ☆ ☆ ☆ ☆

**Book Title** ____________________

Author ____________________ Nationality ____________________

Genre ____________________ Year ____________________ Pages __________

| Memorable Quote | Page Number |
|---|---|
| | |
| | |
| | |
| | |
| | |

Characters

Plot Summary

Notes

**Rating** ☆ ☆ ☆ ☆ ☆

**Book Title** ____________________

Author ____________________ Nationality ____________________

Genre ____________________ Year ____________________ Pages __________

| Memorable Quote | Page Number |
|---|---|
| | |
| | |
| | |
| | |
| | |

Characters

Plot Summary

Notes

**Rating** ☆ ☆ ☆ ☆ ☆

## Title

### Themes

Prompt

Setting

Message

### Protagonist

Name

Driving Goal

Obstacle or Conflict

## Get writing!

Word Count ______________

## Title

### Themes

Prompt

Setting

Message

### Protagonist

Name

Driving Goal

Obstacle or Conflict

## Get writing!

Word Count ____________

## Title

### Themes

Prompt

Setting

Message

### Protagonist

Name

Driving Goal

Obstacle or Conflict

## Get writing!

Word Count

## Title

### Themes

Prompt

Setting

Message

### Protagonist

Name

Driving Goal

Obstacle or Conflict

## Get writing!

Word Count ____________

## Title

## Themes

Prompt

Setting

Message

## Protagonist

Name

Driving Goal

Obstacle or Conflict

# Get writing!

Word Count

## Title

### Themes

Prompt

Setting

Message

### Protagonist

Name

Driving Goal

Obstacle or Conflict

## Get writing!

Word Count ______________

## Title

### Themes

Prompt

Setting

Message

### Protagonist

Name

Driving Goal

Obstacle or Conflict

## Get writing!

Word Count ____________

## Title

### Themes

Prompt

Setting

Message

### Protagonist

Name

Driving Goal

Obstacle or Conflict

## Get writing!

Word Count ____________

## Title

### Themes

Prompt

Setting

Message

### Protagonist

Name

Driving Goal

Obstacle or Conflict

## Get writing!

Word Count

## Title

### Themes

Prompt

Setting

Message

### Protagonist

Name

Driving Goal

Obstacle or Conflict

## Get writing!

Word Count ______________

www.ingramcontent.com/pod-product-compliance
Lightning Source LLC
Chambersburg PA
CBHW081232080526
44587CB00022B/3922
* 9 7 8 1 6 4 9 4 4 2 3 2 1 *